# திருவாளர்
# தேசீயம்பிள்ளை



கலைஞர் மு. கருணாநிதி

*Title: Thiruvaalar Desiyam Pillai*

*Author: M. Karunanidhi*

*Language: Tamil*

*First Published on: 1966*

*Year of Publication: 2024*

*Book Format: Paperback*

*Page Size: 6inch * 9inch*

*Category: Fiction*

*Subject: Drama*

*No. of pages: 36*

*ISBN: 978-81-996450-6-6*

*Published by: Nilan Publishers, Madurai, Tamilnadu, India*

# பொருளடக்கம்

குறிப்புகளுக்காக

# பொருளடக்கம்

குறிப்புகளுக்காக

வணக்கம்.

திருவாளர் தேசீயம்பிள்ளை எனும் நாடகம் கலைஞர் மு. கருணாநிதி அவர்களின் அரிய படைப்பு. கழகத்தோழர்கள் ஏன் அரசியல்வாதிகள் ஒவ்வொருவருடைய கையிலும் இருக்க வேண்டிய ஒப்பற்ற நூலாகும்.

**அன்பன்,**

***K.R. நாராயணன்.***

## திருவாளர் தேசீயம் பிள்ளை

எமதர்ம ராஜனுடைய தர்பார் கூடுகிறது. எலும்பு அங்கிகளை அணிந்த வீரர்கள். இரு மருங்கிலும் அணி வகுத்து நிற்கிறார்கள். கபால ஓடுகளில் தோரண விளக்குகள் கொலுமண்டப மெங்கும் ஏற்றி வைக்கப் பட்டு ஒளி மங்கி விடாமல் தூண்டி விடுவதற்காக அடிக்கடி மனிதக் கொழுப்பு வார்க்கப்பட்டு நரம்புத் திரிகளும் இடப்படுகின்றன. ஒரு பயங்கரமான உருவம் தலையை மேலே தூக்கி விழி பிதுங்குவது போல உரத்த குரலெடுத்து 'அய்யோ! அய்யோ!!, என்று கத்துகிறது. அது தான் சபைக்கு மன்னன் வருவதை அறிவிக்கும் ஒலிக் குறிப்பு!

அந்த ஒலியை அடுத்து நான்கு எருமை மாடுகள் பட்டுத் துணிகளால் அலங்கரிக்கப்பட்டு நடைபோட்டு வருகின்றன. அதற்கடுத்து, எமதர்மன் இரண்டு முரடர்களின் தோள்மீது உட்கார்ந்து கொண்டு' பிரேதங்களால் அமைக்கப்பட்ட ஆசனத்தின் பக்கம் வந்து இறங்குகிறான்.

சபையில் ஒரே ஆரவாரம் 'அய்யோ' என்ற மகிழ்ச்சிகரமான வரவேற்பு ஆஸ்தானப் புலவர்; கவிஞர் ஒப்பாரி எழுந்து வாழ்த்து கீதம் வழங்குகிறார். அடுத்தாற்போல் கொள்ளிச்சட்டி நடனம் ஆரம்பமாகிறது. வடிவழகி வாய்க்கரிசி தலைமை ராஜநர்த்தகியாக நடனத்தில் பங்கு கொள்கிறாள். ரத்தத்தால் சிவப்பாக்கப்பட்ட உதடுகளையும் மீறிக் கொண்டு வெளியே தலை நீட்டியிருக்கும் ஆனைத் தந்தம் போன்ற பற்களின் ஒளியில் எமன், உள்ளத்தைப் பறி கொடுக்கிறான். நடன மங்கைகள் ஒவ்வொருவரையும் பாசக் கயிற்றால் பிணைத்துத் தழுவிப் பரிசளித்து அனுப்பி வைக்கிறான்.

கொலுமண்டபத்து நித்திய நிகழ்ச்சிகள் துவங்கப் படுகின்றன,- என்று சித்திராபுத்திரன் அறிவிக்கிறான்.

மன்றத்து பிரதானியர் அனைவரும் தங்கள் தங்கள் பாடையில் பேசுகிறார்கள். (பாடை என்பது இங்கே பாஷையைக் குறிக்கும்)

எமலோகத்தின் பல பகுதிகளிலிருந்து வந்திருப்போர் தங்கள் குறைகளைத் தெரிவித்துக் கொண்ட போது எமதர்ம ராஜன் சற்றுக் கண்ணயர்ந்துவிடவே அருகேயுள்ள சித்திராபுத்திரன் அவனை எழுப்பிவிட்டு அவையினரின் பாராட்டைப் பெறுகிறான். மன்னனின் விசாரணை ஆரம்பமாகிறது.

**எமன் :** இதுவரையில் மன்றத்துப் பிரதிநிதிகளின் பேச்சுகளைக் கேட்டேன். சுடுகாட்டில் இருக்க வேண்டிய நீங்கள் இந்தச் சபைக்கு வந்து ஏன் என் உயிரை வாங்குகிறீர்கள்?

**ஒருபிரதிநிதி :** ஒழுங்குப் பிரச்சினை! சபாநாயகர் அவர்களே! உயிர் வாங்கும் வேலை மன்னருக்குத்தான் உரியதே தவிர எங்களுக்கல்ல.

எல்லோரும் சபாநாயாகரின் இருப்பிடத்தைப் பார்க்கிறார்கள். அவர் அன்று சபைக்குத் தாமாதமாகத்தான் வருவார் என்று சித்திராபுத்திரன் அறிவித்து விடவே ஒழுங்குப் பிரச்சினை கைவிடப்படுகிறது. மீண்டும் எமனின் விசாரனை தொடர்கிறது.

**எமன் :** நான் பேசும்போது யாவது குறுக்கே பேசினால் மீண்டும் உங்களுக் கெல்லாம் உயிர் கொடுத்து, பசி, பிணி, களைப்பு, தூக்கம் முதலிய உணர்ச்சிகளை உண்டாக்கி விடுவேன். எமலோகத்திலே குடியேறியிருக்கிற உங்களை யெல்லாம் மறுபடியும் பூலோகத்துக்குத் துரத்தி அங்கு கஷ்டப்படாமல் காப்பாற்றி வருகிறேனே, அதற்காகவாவது நீங்கள் எனக்கு அடங்கி நடக்க வேண்டாமா?

**ஒரு குரல் :** ஒருவாறு அடங்கி நடப்பது என்பது

*சர்வாதிகாரமல்லவா? எங்கே ஜனநாயகம்? எங்கே ஜனநாயகம்?*

*எமன் மிகவும் ஆத்திரத்துடன் எழுந்து ஒரு பிரதிநிதியின் தலையை நறநறவென்று மென்று தின்றுவிட்டு ஏப்பம் விட்டவாறு,*

*யாரடா அது; தடுத்தும் கேளாமல் தகாத வார்த்தை பேசுவது? ஒழுங்காக யிருக்கிறீர்களா? அல்லது உயிர்கொடுத்து உங்கள் தாய் உலகத்துக்குத் திருப்பி அனுப்பிவிடவா?*

***எல்லோரும் :** வேண்டாம்பிரபு! ஒழுங்காயிருக்கிறோம்!!*

***எமன்** : உங்களைச் சொல்லிக் குற்றமில்லை. நீங்கள் எல்லாம் குடியேறியவர்கள் என்பதை மறந்து, விட்டு இந்த நாட்டிலேயுள்ள பேய்களும் பிசாசுகளும் உங்களுக்குப் பொதுத் தேர்தலிலே ஓட்டுப் போட்டுத் தேர்ந்தெடுத்து இங்கே அனுப்பி வைத் திருக்கிறார்களே, அவர்களைச் சொல்ல வேண்டும். போகட்டும் சித்திராபுத்திரரே! இந்த ஆண்டு நிதி நிலை அறிக்கையைச் சபையின் முன்னே படித்துத் தொலையும்.*

***சித்ரா :** படித்துத் தொலைக்கிறேன் மன்னவா !*

***ஒரு பிரதிநிதி** : (நடுக்கத்தோடு எழுந்து) தர்மபிரபு! நிதிநிலை அறிக்கையின் பிரதிகள் எங்களுக்கு தரப்பட்டிருக்கிற காரணத்தால் நாங்களே படித் துத் தெரிந்து கொள்ளுகிறோம். சித்திராபுத்திரரைப் படிக்கச்சொல்லி நேரத்தை வீணாக்க வேண்டாம் என்பது எங்கள் தாழ்மையான விண்ணப்பம்.*

***எமன்** : சரி! உருப்படியான யோசனை! ஏற்றுக் கொண்டேன். நிதிநிலை அறிக்கையின் முக்கியக் குறிப்புகளை மட்டும் உங்களிடம் சுருக்கமாகச் சொல்லுகிறேன். சென்ற ஆண்டு நமது நாட்டில் உயிர் ஏற்றுமதி சற்றுத் தாளாரமாக இருந்தது. இந்த ஆண்டு இந்தியத் துணைக் கண்டத்திலும் குடும்பக் கட்டுப்பாடு அமுலாக்கப்பட்டு விட்ட தால், இங்கு தேங்கிக்*

கிடக்கும் உயிர்களை அதிக அளவு ஏற்றுமதி செய்ய இயலவில்லை. இதனால் அரசினருக்குச் சொல்ல முடியாத நஷ்டம் ஏற்பட் டிருக்கிறது. இந்த நஷ்டத்தை ஈடுசெய்ய வழி காண வேண்டும்.

**ஒரு பிரதிநிதி** : இனியும் உயிர்களை மேலும் மேலும் கொண்டு வராமல் இருந்தால் என்ன?

**எமன்** : நல்ல கேள்விதான். ஆனால் கேள்வி கேட்கும் உறுப்பினர் பிரம்மச்சாரி மட்டுமல்ல; அவருக்குப் பூவுலகில் உற்றார் உறவினர், அக்காள் தங்கை, அண்ணன், தம்பி, யாருமே இல்லை. தாயும் தந்தையும் மட்டும்தான். அவர்கள் முன்னமே இங்கு வந்து விட்டார்கள். ஆனால் மற்ற உறுப்பினர்கள் அப்படி அல்லவே! எங்கள் சொந்தக்காரர்களை எப்படியாவது அழைத்து வந்து விடுங்கள் என்று பலமான சிபார்சுகளுடன் விண்ணப்பம் போட்ட வண்ணமிருக்கிறார்களே!

இந்த நிலையில் நமது ராச்சியத்துக்கு ஏற்படும் நஷ்டத்தைத் தவிர்க்க என்ன செய்யலாம்?

**ஒரு குரல்** : வரிபோடலாம்?

**எமன்** : யாரது? வரிபோடுவதா? இதுவரையில் அப்படி ஒரு வார்த்தையை இந்தச் சபை கேட்டதே கிடையாதே. வரி! வரி!! வரி!!! புதுமையான வார்த்தை! இந்த வார்த்தையைச் சொன்னவர் யார்? எழுந்து நில்லுங்கள் பார்க்கலாம்?

(ஒரு பெரிய உருவம் கதராடையும் கதர்க் குல்லாயும் அணிந்து எழுந்து நிற்கிறது)

**எமன்** : நீ யார்? இந்தச் சபைக்கு எப்படி வந்தாய்?

**கதர் உருவம்** : என் பெயர் தேசீயம்பிள்ளை! மேலே பார்வையாளனாக வந்து உட்கார்ந்திருந்தேன்! நீங்கள், நாட்டுப் பொருளாதாரம் செழிக்க வழி கேட்டதும் உணர்ச்சி வசப்பட்டு கீழே குதித்து விட்டேன்; மன்னிக்கவும்.

**எமன்** : சபையின் கௌரவத்தையே குலைத்திருக்கிறாய் அதுமட்டுமல்ல; என் உத்திரவில்லாமல்-எங்கள் நாட்டு அனுமதிச் சீட்டுப் பெறாமல் எம் ராச்சியத்தில் அத்து மீறிப் பிரவேசித்திருக்கிறாய்! ஒரு வேளை நீ கள்ளத் தோணியிலேதான் வந்திருக்க வேண்டும்! உன்னைச் சும்மா விடப்போவதில்லை "வரி" என்ற வார்த்தைக்கு அர்த்தம் சொல்லித் தீர வேண்டும்.

**தேசீயம் பிள்ளை** : பிரபு! நீங்கள் என்னைச் சாதாரணமாகக் கருதக் கூடாது--உங்களுக்கு எருமை வாகனமென்றால் எமக்குக் காளைமாட்டு வாகனம் - ஏறத்தாழ இருவரும் ஒரே மாதிரி! அது மட்டுமல்ல; நான் பிறந்த வருஷம் 1885! இத்தனை ஆண்டுகளாக இங்கு வந்து தங்களைப் பார்த்துவிட்டுப் போகலாமென்று எத்தனையோ முறை முயன்றேன்; முடியவில்லை, இதோ-அதோ இன்றைக்கு நாளைக்கு என்று 'கெடு' கூட வைத்துவிடுவேன். திடீரெனக் கடைசி நேரத் தில் எப்படியோ பயணம் ரத்தாகிவிடும். நான் செய்த பாக்கியம் தங்கள் தரிசனம் கிடைத்தது. அய்யன்மீர்! என் சிறிய தந்தை மகாத்மா காந்தி அங்கே வந்தாராமே; அவர் இப்போது எங்கே இருக்கிறார்?

**எமன்** : ஓகோ, நீ காந்திக்கு மகன் முறையா? அந்தக் காந்தி நம்மை அவமதித்துப் பேசிய காரணத்தால் 'சொர்க்கம்' என்னும் படுபாதாளச் சிறையில் போட்டுப் பூட்டிவைத்திருக்கிறேன். அவரை நீ இப்போது பார்க்க முடியாது! இதோ உன்னையும் கைது செய்து என் அரசாங்கப் பாதுகாப்பு கைதியாக--மரியாதைகள் எதுவும் குறையாமல் என் மாளிகை விருந்து விடுதியில் தங்கவைக்கப் போகிறேன். நாளைய தினம் நமது பேட்டி. அப்போது 'வரி' என்ற வார்த்தையைப் பற்றி விவாதிப்போம். அதன் பிறகு உனக்குரிய தண்டனை வழங்கப்படும்.

**தேசீயம் பிள்ளை :** தண்டனையா?

**எமன்** : ஆமாம் - நமது நீதிமன்றத்தில் விசாரிக்கப் பட்டு பெரும்பான்மையோர் கருத்துப்படி தண் டனை வழங்கப்படும்.

**தேசீயம் பிள்ளை** : ஓகோ, இங்கும் ஜனநாயக ஆட்சி தானா ?

**எமன்** : கிட்டத்தட்ட உங்கள் நாட்டைப் போலத் தான், எல்லாம்.

உங்கள் நாட்டில் சபாநாயகர் குறித்த காலத் தில் வரவேண்டும். எங்கள் ராச்சியத்தில் வந்தா லும் வரலாம்- வராவிட்டாலும் பரவாயில்லை மற்ற படி எல்லாம் ஒரே மாதிரி ஜன நாயகம்தான்! உங்களிடமிருந்து நாங்கள் கற்றுக்கொள்ளாத ஒரே ஒரு விஷயம் "வரி" என்றாயே அதுதான் !

**தேசீயம் பிள்ளை** : அதையும் நாளைக்கு விளக்கி விடுகிறேன்.

**எமன்** : சந்தோஷம்! காவலர்களே! இந்த உயிர் பிராணியைக் கைது செய்து நமது உல்லாச மண்டபத்தில் பாதுகாப்பில் வை1

**தேசீயம் பிள்ளை** : உல்லாச மண்டபமா? அப்படியானால் உதகை மண்டலமா?

**எமன்** : அதே போலத்தான்! உங்கள் உதகை மண்ட லத்தில் பனிக்காற்று வீசும்! இங்கே நறுமண மிக்க பிணக்காற்று வீசும்! அனுபவித்துப் பாரும்! இரண்டுக்கு முள்ள வித்தியாசம் தெரியும்.

ஏய்! அழைத்துப்போ! நாளைக்கு சந்திக்கிறேன்!

(தேசீயம் பிள்ளை அழைத்துச் செல்லப்படுகிறார். சபா நாயகர் வருகிறார். சபை மறுநாள் காலைவரை ஒத்தி வைக்கப்படுகிறது)

எமதர்ம ராஜனின் மாளிகையிலுள்ள விருந்து விடுதியில் தேசீயம்பிள்ளை பாதுகாப்பில் வைக்கப் பட்டிருக்கிறார்

உல்லாச மண்டபம் என்றானே; இதற்குப் பெயர் தானா உல்லாச மண்டபம்? என்று ஆச்சரியத்தோடு தேசீயம்பிள்ளை மிரள மிரள விழித்துச் சுற்றுமுற்றும் பார்க்கிறார். சின்னஞ்சிறு குழந்தையின் பிஞ்சுத் தலைகள் அப்படிக் குவிக்கப்பட்டிருக்கின்றன,

அய்யோ! இதுவா உல்லாச மாளிகை?— தேசீயம்பிள்ளை கத்திவிடுகிறார்.

ஆமாம்! இதுதான் உல்லாச மாளிகை! கொட்டிக் கிடக்கும் இவைகளை என்னவென்று கருதினாய் ? இவைதான் எங்கள் நாட்டு உருளைக் கிழங்கு! எங்கள் உல்லாச மாளிகையைச் சுற்றி விளையும் பொருள் இதுதான்!-எனச் சிரித்தபடி ஓர் உருவம் எதிரே வந்தது. அந்த உருவம் தான் எமலோகத்தில் ராணுவ தளபதிப் பதவியிலே இருக்கும் "ஸ்ரீ மயானம்"!

மயானத்தின் இஷ்டப்படிதான் எமதர்மனின் நிகழ்ச்சி நிரல்கள் வகுக்கப்படும். அதன்படி வகுக்கப்பட்ட நிகழ்ச்சியையொட்டி எமனுக்கு முன்னதாக தேசீயம் பிள்ளையைப் பேட்டி காணவே ராணுவத் தளபதி அங்கு வந்தது. என்னய்யா! குழந்தைகளின் தலைகளை அறுத்துக் கொட்டிவிட்டு இந்த இடத்திற்குப் பெயர் உல்லாச மண்டபம் என்கிறீர்கள் ? என்று சோகமும் வேகமும் போட்டியிடக் கேட்டார் தேசீயம்பிள்ளை. எங்கள் நாட்டில் உல்லாச மண்டபத்துக்குள்ளேயே இப்படிக் குழந்தைத் தலைகள் கொட்டப்பட்டிருக்கும்; ஆனால் உங்கள் நாட்டில் உல்லாச மண்டபத்துக்கு வெளியே குழந்தைகளின் தலைகளைப் பொறுக்கலாமாம்! இரண்டுக்கும் பெரிய வித்தியாசம் ஒன்றுமில்லையே !- தளபதி கேலியாகப் பதில் சொன்னான்.

அபத்தம்!

அபாண்டம்!! யார் சொன்னது அப்படி? பொய் ! பொய்!!- தேசீயம்பிள்ளை கத்தினார்.

இதுவரையில் இங்கு குடியேறி எல்லோரும் ஒத்துக் கொண்ட உண்மையை நீர் மறுக்கிறீர்! இதோ பொறுக்கிக் குவிக்கப்பட்டுள்ள அத்தனை தலைகளும் உங்கள் நாட்டிலேயிருந்து கொண்டு வரப்பட்டவைதான்! இவைகளில் பல கல்யாணமாகாத பெண்களின் கருவிலே உதித்தவை! பல விதவைகளின் வயிற்றிலே விளைந்தவை! ஆயிரக்கணக்கானவை ஆற்றிலும் குளத்திலும் மிதந்தவை! ஏராளமான தலைகள் வறுமை வயலில் பொறுக்கப்பட்டவை! சில குழந்தைகளின் நெற்றியில் அவமானச் சின்னம் குத்தப்பட்டிருக்கும். சிலவற்றின் கழுத்தில் தாயின் கட்டைவிரல் ரேகைகள் அழுத்தமாகப் பதிந்திருக்கும். அந்த ரேகைகளை ஆராய்ச்சி செய்ததில் ஈவு இரக்கமுள்ள பெண்களின் ரேகைதான் அவையென்றும் எங்கள் ஆஸ்தான ரேகை நிபுணர்கள் முடிவு கூறி இருக்கிறார்கள். சில குழந்தைகளின் கரு விழிகள் வட்ட வடிவமான அசோகச் சக்கரங்கள் போலவே அமைந்திருந்ததையும் கண்டோம். அதுபற்றிய ஆராய்ச்சியை எமது விஞ்ஞான மேதை ஒருவரிடம் ஒப்படைத்திருக்கிறோம். இன் னும் முடிவு வெளிவரவில்லை. இப்போது என்ன சொல்லுகிறீர்?

ராணுவத் தளபதியின் ஆத்திரங் கலந்த பேச் சைக் கேட்டுத் தேசீயம்பிள்ளை தலைகுனிந்தவாறு நின்றார்.

அப்போது ஐந்தாறு பெண்கள் கையில் கிண்ணங்களை ஏந்தியவாறு அவர் எதிரே வந்து நின்றனர். பெண்களா அவர்கள்? பிள்ளை அவர்களை உற்றுப் பார்த்தார். ஆமாம்; பெண்களே தான்! முடிவு கட்டிக் கொண்டார்.

ம்! குருதி பானம் அருந்தும்!-தளபதி உபசரித்தார் கிண்ணங்களைப் பார்த்தார் தேசீயம்பிள்ளை! அய்யோ! கண்கள் சுழன்றன-எல்லாக்கிண்ணங்களிலும் பொங்கி வழியும் ரத்தம்!

ரத்தபானமா?-தேசீயம்பிள்ளை அலறிவிட்டார்.

ஆமாம் - இது கல்லக்குடி பானம்! அது தூத்துக் குடிச்சாறு! இது சேலத்து ரசம்! அது வால்பாறையில் பிழிந்தெடுத்தது!- என அடுக்கிக் கொண்டே போனான் தளபதி. தேசீயம்பிள்ளையால் நிற்க முடியவில்லை.

தளபதி கலகலவெனச் சிரித்தான்.

ஏன் திகைக்கிறீர்? எல்லாப் பானங்களுமே உமது நாட்டில் தயாரித்ததுதானே! வெளிநாட்டுச்சரக்கு என்று எண்ணுகிறீரா? இல்லை; உமது சொந்த நாட்டுச் சரக்குதான்! சிறுதுளிகளாவது அருந்தும்! - தளபதி மிகவும் பிடிவாதப்படுத்தினான்.

வேண்டாம் பூமாதேவியைக் குளிப்மாட்டுவதற்காகத் தயாரித்த புண்ணிய தீர்த்தம் இது! இதை இங்கே பானமாக அருந்துவது என்றால் எப்படி முடியும்? -தேசீயம்பிள்ளை கொஞ்சம் கோபத்தோடு பதில் கூறினார். தளபதி விடவில்லை.

எமலோகத்தில் நடைபெறும் உபசாரத்தை சரிவர ஏற்றுக் கொள்ளாதவர்களுக்கு என்ன தண்டனை தெரியுமா?

தேசீயம்பிள்ளை விழித்தார் !

பூலோகத்தில் ஆரம்ப ஆசிரியர்களாகப் பிறக்க வேண்டும்!

வேண்டாம் - வேண்டாம்! உபசாரத்தை மறுக்காமல் ஏற்றுக்கொள்கிறேன். கொடுங்கள் கிண்ணங்களை ! தேசீயம்பிள்ளை சிறு மயக்கத்தோடு அமர்ந்தார்.

ஆகாஷ்வாணி எங்கே ? - என்று அதட்டிக் கேட்டான் தளபதி.

இதோ வந்தேன்!-என்று அரை நிர்வாணமாக ஒரு பேயுருவப் பெண் ஓடிவந்தாள். நிலக்கரியை அறைத்துப் பூசினாற்

போன்ற மேனி! நெருஞ்சி முட்கள் நிறைந்த தரை போன்ற முகம்! அவள் தான் எமலோகத்து இசைக்குயில் அந்த ஆகாஷ் வாணி முகாரி ராகத்தில் பாட ஆரம்பித்தாள்; பாட்டைக் கேட்டதும் தேசீயம்பிள்ளைக்கு புதுத் தெம்பு உண்டாயிற்று. ஆகாஷ்வாணியின் முகத்தையே கண் கொட்டாமல் பார்த்துக் கொண்டிருந்தார். அவளும் அவரையே வைத்த விழி வாங்காமல் பார்த்தாள். இருவரிடையே விவரிக்க முடியாத ஒரு உணர்ச்சி கொந் தளித்து எழுந்துவிட்டது.

அழகுப் பதுமையே! ஆரணங்கே! தேடக் கிடைக்காத திரவியமே! தேன்மொழியே ! தித்திக்கும் கனியே ! தெள்ளமுதே! அருகே வா!-என மயக்கத்தில் உளறினார். அவளும் அருகே வந்தாள். இரு வரும் தழுவிக் கொண்டனர். ராணுவத் தளபதி கண்களை மூடிக்கொண்டு வேறுபக்கம் திரும்பிக் கொண்டான்.

இசை நின்றது. இன்பப் போதையில் தேசீயம் பிள்ளை மிதந்தார். நெடுநேரங் கழித்து ஆகாஷ்வாணி பிரிய முடியாமல் பிரிந்து சென்றாள்.

திடீரென தாரை தப்பட்டை சங்குகளின் முழக்கம் கேட்டது. அதனைத் தொடர்ந்து எமதர்மன் விருந்து மாளிகைக்குள் நுழைந்தான்.

என்ன தேசீயம்பிள்ளை ! உபசரிப்புக்கள் எல்லாம் சரிவர நடந்ததல்லவா?- எமன் கேட்டான்.

ஆகா! நன்றாக நடந்தது. உபசரிப்பின் உச்ச கட்டமே ஆகாஷ்வாணியின் பிரவேசம்தான்! ஆகா! ஆகா! வர்ணிக்கவே முடியாது! - தேசீயம்பிள்ளை

உற்சாகத்தோடு பதில் கூறினார்.

உம்மோடு நீண்டநேரம் பேட்டிக்கு ஏற்பாடு செய்திருந்தும் நிறைவேற இயலாது போய்விட்டது. குறுகிய காலத்திலேயே நமது பேட்டி முடியும்!- எனக் கூறிய எமன், தளபதியைப்

பார்த்து, நீர் உடனே சென்று இன்று நமது சபை கூடுவதற்கு வசதியில்லை; ஏனெனில் '"வரியைப்பற்றிய விளக்கம் தெரியாமல் கூடிப் பயனில்லை - ஆகவே, நாளைக் காலையில்தான் சபை கூடும் என்று அறிவித்துவிடும்" - என ஆணை பிறப்பித்தான்.

தளபதியும் உடனடியாக சிரசாசனம் செய்து வணக்கம் தெரிவித்துவிட்டு அதைவிட்டு அகன்றான். எமன், தேசீயம்பிள்ளை பேட்டி துவங்குகிறது.

**எமன்** : *உமது தந்தையின் பெயர் என்ன?*

**தேசீயம் பிள்ளை** : *இது தெரியாதா? ஹியூம் என்ற பிரசித்திபெற்ற ஆங்கிலேயப் பிரபுதான் என் தந்தை!*

**எமன்** : *பிறகு எப்படி ஆங்கிலேயரின் மகனா நீ ? உனக்குத் தேசீயம் பிள்ளை என்று பெயர் வந்தது?*

**தேசீ** : *மகாத்மா காந்தி என்னை எடுத்து வளர்த்தார். அவர் வைத்த பெயர் தேசீயம் பிள்ளை !*

**எமன்** : *உங்கள் நாட்டில் கீரிப்பிள்ளை என்பது யார்?*

**தேசீ** : *அது ஒரு பிராணி! பாம்புக்கு விரோதி!*

**எமன்** : *நீரும் பிள்ளை தானே; நீர் யாருக்கு விரோதி !*

**தேசீ** : *ஹி ஹி ஹி*

**எமன்** : *தென்னம்பிள்ளை கூட உங்கள் ராச்சியத்தில் உண்டல்லவா?'*

**தேசீ** : *ஆமாம்; அதுதான் பூலோகக் கற்பகவிருட்சம்!*

**எமன்** : *ஒரு பிள்ளை பிராணி; இன்னொரு பிள்ளை, மரம்! சரி ; போகட்டும் - அணில்பிள்ளை என்பது என்ன?*

**தேசீ** : *அதுவா? அதுதான் ராமருக்காகப் பாலம்*

கட்டிய ஜந்து.

**எமன்** *: ஓ! உங்க நாட்டிலே அணில்கூட பாலம் கட்டும்! அரசாங்கம் கட்டாதோ?*

**தேசீ** *: ஹி ஹி ஹி !*

**எமன்** *: இருக்கட்டும்! கிளிப்பிள்ளை என்றால் என்ன?*

**தேசீ** *: அதுவா; அது சொன்னதையே சொல்லும் ஒரு பறவை!*

**எமன்** *: என்ன சொல்லும் - ஆகட்டும்; பார்க்கலாம்! ஆகட்டும்; பார்க்கலாம்!- என்று தானே?*

**தேசீ** *: ஹி ஹிஹி!*

**எமன்** *: தேசீயம் பிள்ளை என்கிறீரே; நீர் இந்த நான்கு பிள்ளைகளைவிட எந்த விதத்தில் உயர்ந்தவர்?*

**தேசீ** *: நான் உயர்திணை; அவைகள் அஃறிணைப் பிராணிகள் ! வெறும் உயிர்கள்! பகுத்தறிவு இல் லாத ஜந்துக்கள்!*

**எமன்** *: பகுத்தறிவு என்றால் என்ன?*

**தேசீ :** *சிக்கலான கேள்வி ! பூலோகத்திலே அந்த கழகத்துக்காரர்கள் ஏன்னைப் பார்த்துக் கேட்கும் கேள்வியைத் தாங்களும் கேட்கிறீர்கள் - செத்தும் விடவில்லையே எனக்குச் சங்கடம்?*

**எமன்** *: செத்துவிட்டீரா? யார் சொன்னது அப்படி? பொய் சொல்லாதீர்! வெறும் பார்வையாளராகத் தான் இந்த நாட்டுக்கு வந்திருக்கிறீர். இந்த நாட்டு பிரஜையாக உம்மை யாரும் அங்கீகரிக்க வில்லை! உம்முடைய நடவடிக்கைகளையும் பூர் வோத்திரத்தையும் பார்த்துதான் உம்மை இந் நாட்டு பிரஜையாக்குகிற விவாதத்தைச் சபையிலே கொண்டுவர வேண்டும் ! அதிருக்கட்டும் முதலில் வரியைப் பற்றிய விளக்கத்தைச் சொல்லும்!*

'**தேசீ** : 'வரி' என்றால் எங்கள் ராச்சியத்தில் காங்கிரஸ் என்று அர்த்தம்!

**எமன்** : காங்கிரஸ் என்றால்?

**தேசீ** : தியாகம் என்று அர்த்தம்!

**எமன்** : தியாகம் என்றால்?

**தேசீ** : பதவி, பர்மிட், லைசென்ஸ் இப்படிப் பல அர்த்தங்கள்!

**எமன்** : 'வரி' என்பது கருப்பு நிறமா? சிவப்பு நிறமா? அதன் உண்மை நிறமென்ன?

**தேசீ** : வரிக்கு ஒரு நிறமா? இரு நிறமா? அது பஞ்ச வர்ணங் கொண்டதல்லவா?

**எமன்** : பஞ்சம் என்றால் தரித்திரம் என்பார்களே?

**தேசீ** : ஆமாம் -அதே நிறந்தான் வரியின் நிறமும்!

**எமன்** : சரி--வரியினால் என்ன நன்மை?

**தேசீ** : மக்கள் பெருக்கம் குறையும்; நாட்டில் ஜன நெருக்கம் தேய்ந்து கலகலப்பாக இருக்கும்!

**எமன்** : அப்படிப்பட்ட வரியை எமலோகத்திலும் அமுலுக்குக் கொண்டுவந்தால்.....?

**தேசீ** : இங்கும் நெருக்கடி குறைய வழி ஏற்படும்?

**எமன்** : உங்கள் ராச்சியத்தில் வரிபோடுவதில் வல்லவர்கள் யார்?

**தேசீ** : நானே தான்! நான் தான் இங்கு வந்துவிட்டேனே ?

**எமன்** : குறிப்பாக எந்தெந்தப் பொருள்கள் மீது வரி

போடலாம்?

**தேசீ** : அழுகும் பொருள்களின் மீது வரிப் போடுவது சாலச்சிறந்தது!

**எமன்** : எங்கள் நாட்டில் அழுகும் பொருள்கள் என்ன? (யோசித்து) ஓ! பிணங்கள்! பிணங்கள்! வரிபோடலாம்!

**தேசீ** : உங்கள் நாட்டு அழுகும் பொருள்களான பிணங்களுக்கு வரிபோடுகிறேன் என்கிறீர்களே; அதனால் எதிர்ப்பு ஒன்றும் ஏற்படாதே?

**எமன்** : எதிர்ப்பா? வரிபோட்டால் எதிர்ப்புகூட ஏற்படுமா? எமதர்மன் ராச்சியத்தில் எதிர்ப்பவர்களுக்கு என்ன தண்டனை தெரியுமா?

**தேசீ** : என்ன தண்டனை ?

**எமன்** : உடனடியாக அவர்கள் வெளியேற்றப்படுவார்கள்; அதோடு முடியாது, தண்டனை; பூலோகத்தில் மீண்டும் பிறந்தாக வேண்டும். அதுமட்டுமல்ல; அவர்கள். தேர்தலில் அபேட்சகர்களாக நின்று பணம் கொடுத்து ஓட்டு வாங்கித் தங்கள் கௌரவத்தைக் காப்பாற்றிக் கொண்டாக. வேண்டும்!

**தேசீ** : சரி; எங்கள் நாட்டில் போட்டியில்லாமல் சிலபேர் தேர்ந்தெடுக்கப்படுகிறார்களே; அவர்கள் எல்லாம் தங்கள் தண்டனை பெறாதவர்களா?

**எமன்** : அவர்கள் கட்டவேண்டிய காணிக்கையை இங்கேயே கட்டிவிட்டார்கள்!

**தேசீ** : தாங்கள் குறிப்பிடும் அபேட்சகர்கள் காங்கிரஸ் அபேட்சகர்களா? அல்லது வேறு கட்சியா? அல்லது சுயேச்சையா?

**எமன்** : *சுயேச்சைகளைப் பற்றி ஏனய்யா இங்கு பேசுகிறீர்? அந்த சுயேச்சைகளுக்குத்தான் சூடு, சொரணை, நன்றி, விசுவாசம் எதுவுமே கிடையாதே!*

**தேசீ** : *அய்யய்யோ அய்யய்யோ.... எல்லா சுயேச்சைகளுமா அப்படி? இல்லை ! இல்லை ! ஏதோ ஒன்றிரண்டு... கும்பகோணம் போலிருந்தால்...*

**எமன்** : *போகட்டும். பிண வரிக்குப் பிறகு எந்த வரி போடலாம்? அந்த யோசனையையும் சொல்லும்!*

**தேசீ** : *எங்கள் தேசத்தில் போடாமல் இருக்கிற வரிகளை மட்டுமே விரல்விட்டுச் சொல்லமுடியும்.*

*போட்டிருக்கிற வரிகளின் வரிகளின் பட்டியலை ஞாபகப் படுத்திக் கூறுவது மிகவும் சிரமம்!*

**எமன்** : *அப்படி வரி போடப்படாத பெருள்கள் என்னென்ன?*

**தேசீ** : *அத்திப் பூ! குதிரைக் கொம்பு! சேவல் முட்டை! இத்யாதி பொருள்களுக்கு எங்கள் நாட்டில் வரி விலக்குச் செய்யப்பட்டிருக்கிறது.*

**எமன்** : *சபாஷ்! அவைகளுக்கும் சேர்த்து நான் இங்கே வரி போட்டு விடுகிறேன், தேசீயம் பிள்ளை! மிகவும் நன்றி! இன்றைய நமது பேட்டி எமலோகத்தின் முன்னேற்றத் திட்டங்களுக்குப் பயன்பட்டதற்காக மகிழ்ச்சி அடைகிறேன். ஒன்று கேட்க மறந்துவிட்டேனே; உங்கள் ராச்சியத்தில் "ஐந்தாண்டுத் திட்டம்" என்ற ஒரு பெரிய மந்திரவாதி இருக்கிறாராமே; அவர் மிகவும்கெட்டிக்காரர்தானா ? அவரை இங்கு அழைத்து வரலாமென்று பொதுவாகவே ஒரு அபிப்ராயம் உலவுகிறது - அழைத்துவரத் தகுதி உடையவர்தானா ?*

**தேசீ :** *அவர் இன்னும் இங்கு வரவில்லையா? எனக்கு முன்பே இங்கு வந்துவிட்டார் என்று கேள்விப் பட்டேன்...!*

**எமன்** : இல்லை! இல்லை!' உம்மைக் கேட்டுக்கொண்டு தான் அழைத்து வரலாமென்று எண்ணம்.

**தேசீ** : பெரிய மந்திரவாதிதான்! பெயரைக் கேட்கத் தான் பயமாயிருக்குமே தவிர,ஆளைப் பார்த்தோமானால் தேவாங்குமாதிரி இளைத்துப் போயிருப்பார்! அவருக்கு யானைப் பசி வியாதி வேறு! ஆயிரக்கணக்கில் -நூற்றுக்கணக்கில் எதையும் சாப்பிடுவது இல்லை. எல்லாம் கோடிக்கணக்கில் தான் வயிற்றில் போட்டு அடைப்பார். அவர் எங்கள் ராச்சியத்தில் ஆஸ்தான மந்திரவாதியாக இருப்பதால் ஊழல் என்னும் தொத்து வியாதி எங்கும் பரவுகிறதே தவிர, பயன் ஒன்றும் கிடையாது.

தயவு செய்து அவரை இங்கு அழைத்துக் கொள்ளுமாறு நான் பலத்த சிபாரிசு செய் கிறேன்!

**எமன்** : ஊழல் வியாதிக்காரரா? அடேடே இதுவரை தெரியாமல் போனதே! வரியினால் ஜன நெருக்கடியைக் குறைப்பதைக் காட்டிலும் ஊழல் வியாதியினால் கணிசமான அளவுக்கு ஜன நெருக்கடியைக் குறைக்கலாமே...! பலே! பலே! நாளைக்கே நான் அவருக்கு ஆள் அனுப்புகிறேன் !

**தேசீ :** அனுப்புங்கள்! ஒருவர் வந்தாலும் மற்றபடி ஊரைப் பார்த்துக்கொள்ள அவர் குடும்பத்தில் வரிசையாக குழந்தைகள் இருக்கிறார்கள். இரண்டாவது, மூன்றாவது என்று ஐந்தாண்டுத் திட்டக் குட்டி மாயாவிகள் ஏராளமாக இருக்கிறார்கள்!

**எமன்** : இன்றைய நமது பேட்டி இனிது முடியட்டும்- உமக்கு ஏதாவது தேவைகளிருந்தால் தெரிவிக்கலாம்.

**தேசீ** : தேவை யொன்றும் பிரமாதமில்லை. என்னை இந்த உல்லாச மண்டபத்திலிருந்து விடுவிக்க வேண்டும்.

அடுத்தபடியாக நான் மகாத்மா காந்தியைச் சந்திப்பதற்கு சந்தர்ப்பம் தர வேண்டும்!

**எமன்** : அவசியம் காந்தியைப் பார்த்தாகவேண்டுமா? அவர் சொர்க்கமெனும் பாதாளச் சிறையில் அல்லவா கிடக்கிறார்? அந்த மூன்றாம் வகுப்புக் கைதியை நரகலோகத்து முதல் வகுப்புக் கைதியாகிய நீர் சந்திப்பது இயலாத காரியமாயிற்றே!

**தேசீ** : எப்படியோ கிருபை செய்ய வேண்டும் -காந்தி மகானை நான் பார்த்தால் தான் ஆவல் தீரும்!

**எமன்** : சரி; ஏற்பாடு செய்கிறேன்!-புறப்படும் என்னோடு

**தேசீ** : மாலைதானே... வாங்கிக் கொள்ளலாம்...

இருவரும் எழுந்து காந்தியைக் காணப் பயணம் படுகிறார்கள். போகும் வழியில் பூக்கடைகள் ஏராளமாக இருக்கின்றன. அழகான மாலைகள் கட்டித் தொங்கவிடப்பட்டிருக்கின்றன. எந்தக் கடையிலும் வியாபாரம் செய்கிற ஆளைக் காண வில்லை. தேசீயம் பிள்ளை எமனிடம் கேட்கிறார்; என்ன ஆச்சரியம்? ஆளில்லாத கடைகள் ! என்று!

ஆட்கள் ஆவியுருவத்திலேயிருக்கிறார்கள். உமது கண்ணுக்குத் தெரியமாட்டார்கள், பூவின் மீது வரிபோட்டு உங்கள் ராச்சியத்தில் உள்ள மந்திரிகள் இவர்களது சதை, எலும்புகளை எல்லாம் கரைத்து உருக்கிவிட்டார்களாம். அதனால்தான் ஆவிகள், பூக்கடைகளோடு இங்கு வந்துவிட்டன. இந்தச் சேதி இப்போதுதான் நமக்குத் தந்தி மூலம் கிடைத்தது.

இந்த விஷயத்தை எமன் மிகச் சாதாரணமாக தேசீயம் பிள்ளையிடம் கூறினான். தேசீயம் பிள்ளை நூறு நயா பைசாக்களை அள்ளி நீட்டினார். அதை யாரோ வாங்கிக்கொண்டார்கள். காசுகள் மறைந்து விட்டன. ஒரு ரோஜா மாலை தேசீயம் பிள்ளையின் கையில் தரப்பட்டது.

அவர் அதை மரியாதையாக வாங்கிக்கொண்டு, எமனைத் தொடர்ந்து நடக்கலானார். மல்லிகை முல்லை முதலிய மலர்களின் மென்மையான மணம் "கம கம" வென்று வீசிக்கொண்டிருந்தது. ஊதுவத்திகளின் வாசம் உள்ளத்திற்குப் பூரிப்பை அளித்தது. தகதகவென. ஜொலிக்கும் தங்கம் பூசிய படிக்கட்டுக்கள், இடையிடையே வைரக் கற்கள் பொருத்தப்பட்டு ஒளி மழை பொழிந்து கொண்டிருந்தன. நவரத்தினங்கள் இழைத்த பெரிய கதவொன்றின் அருகே எமன் போய் நின்று, "நந்தா! நந்தா!!" என்று அழைத்தான்.

கன்னங்கருத்த மேனியும் கட்டுடலும் கவர்ச்சியுமான தோற்றமும்கொண்ட ஒரு வாலிபன் வந்து வணங்கி நின்றான்.

எமன் அவனது கைகளைக் குலுக்கித் தழுவிக் கொண்டான்.

என்ன நந்தா ! சுகந்தானே? என் று எமன் குசலம் விசாரித்துவிட்டு, தேசீயம் பிள்ளையை அறிமுகப்படுத்திவைத்தார்.

நந்தன் தேசீயம் பிள்ளையை வரவேற்றுக் கைகுலுக்கக் கையை நீட்டினான். தேசீயம் பிள்ளை கையை இழுத்துக்கொண்டு முகத்திலே வெறுப்பை நிறைத்துக் கொண்டு நின்றார்.

நெருப்பிலே குளித்து வந்தவனய்யா நான் ! சாதாரண தண்ணீரிலே குளித்தால் சாதியெனும் அழுக்கு போகாதென்று தீயிலே கருகி வந்த வாலிபனய்யா! சும்மா தொடும் என்னை! என்று கூச்சலிட்டவாறு நந்தன், தேசீயம் பிள்ளையைத் தழுவிக் கொண்டான். தேசீயம் பிள்ளைக்கு அதிர்ச்சியினால் மயக்கம் வந்துவிட்டது.

பிறகு நந்தன் தண்ணீர் கொண்டுவந்து கொடுத்தான். "ஆபத்திற்குப் பாபமில்லை" என்று கூறியவாறு தேசீயம் பிள்ளை அதைக் குடித்து மயக்கம் தெளிந்தார்.

நந்தனிடம் அனுமதிச்சீட்டு வாங்கிக்கொண்டு தேசீயம் பிள்ளையும் எமனும் காந்தியைப் பார்க்க சொர்க்கச் சிறைக்குள் நுழைந்தார்கள்.

வரிசை வரிசையாக விளக்குகள் எரிந்துகொண்டிருந்தன. இனிமையான இசை எங்கும் பரவியிருந்தது. நடன மாதர்கள் ஆங்காங்கு ஆடிக் கொண்டிருந்தனர். கண்ணைப் பறிக்கும் விதத்தில் எழில் ததும்பும் சிங்கார மண்டபமொன்று! அதன் நடுவே விலைமதிக்க முடியாத நவரத்தின சிம்மாசனம்! அந்த ஆசனத்தில் ஒரு மகாராஜா அமர்ந்திருந்தார். மகாராஜாவின் உடைதானா? அல்லது வானத்து நட்சத்திரங்களோடு எடுத்துப் போர்த்திக் கொண்டிருக்கிறாரா என ஐயப்படும் வகையில் மணிகள் மின்னிக் கொண்டிருந்தன. தேசீயம் பிள்ளை உற்றுப் பார்த்தார் அரை நிர்வாணப் பரதேசி - அகிம்சாமூர்த்தி- ஏழைப் பங்காளர்-பாட் டாளியின் தோழர் - எளிய வாழ்வின் எடுத்துக்காட்டு- என்றெல்லாம் போற்றப்பட்ட போர்ப்பந்தர் மகான் தான் பொன்னும் மணியும் மின்னும் வைரமும் பூட்டிய வாறு பூரிப்போடு அமர்ந்திருக்கிறார் என்பதனை அறிந்து கொண்டார்.

அய்யனே! இது என்ன கோலம்?

இந்த அலங்கோலம்தான் நான் பூலோகத்தில் புரிந்த தீமைகளுக்குத் தரப்பட்ட தண்டனையப்பா என்றார் காந்தி!

தேசீயம் பிள்ளை, கையிலுள்ள மாலையை காந்தியின் கழுத்திலே அணிவிக்க முன்வந்தார். நிறுத்து, நிறுத்து! போடாதே மாலையை! என்று கை நீட்டித் தடுத்தார்.

ஏன் அய்யனே தடுக்கிறீர்கள் ?-என்று பதறிப் போய் கேட்டார் தேசீயம் பிள்ளை.

காங்கிரசைக் கலைத்து விட்டு வந்து எனக்கு மாலை போடுங்கள் என்று அப்போதே சொன்னேன். அதைச் செய்யாமல் மாலை போட்டு என்னை மயக்கப் பார்க்கிறாயா?

காந்தி மட்டும் ஆத்திரப்பட்டார்.

மாலையா இது?, மகாபாதகர்களே! மாலையா இது ? நன்றாகப் பாருங்கள்! எலும்புத் துகள்களைப் பொறுக்கி அரும்பு மாலையென எனக்குப் போட வந்துவிட்டீர்களா? நிரபராதிகளின் ரத்தத்திலே தோய்ந்த வெள்ளை மலர்களை எடுத்து ரோஜா மலரெனத் தொடுத்து என் கழுத்திலே தொங்க விடப் புறப்பட்டீர்களா? இதோ! எனக்கு ராஜா உடை போட்டு ராஜபோகங்களோடு வாழ வைத்து என் மன நிம்மதியைக் குலைத்து என்னை இந்தச் சிறைச்சாலையில் சித்தரவதை செய்து கொண்டிருக்கிறானே எமன்; இந்த-எமனை விடக் கொடியவர்கள் நீங்கள்! என் முன்னே நில்லாதீர் கள்! போய்விடுங்கள்!

அப்படி என்ன அபச்சாரம் செய்தோம் தங்களுக்கு?- தேசீயம் பிள்ளை பீதியுடன் கேட்டார்.

இன்னுமா அபச்சாரம் செய்ய வேண்டும்?

எமன் என்னை அரசனாக ஆக்கினான்- நீங்கள் என்னை ஆண்டவனாக ஆக்கிவிட்டீர்கள்!

அது உங்களுக்குப் பெருமைதானே ?

எனக்குப் பெருமைதான்! ஆனால் அது உங்கள் வயிற்றுப் பிழைப்புக்கு வழி !

என்ன மகாத்மா சொல்லுகிறீர்கள் ?

கோயில்களிலே இருக்கிற கடவுள் சிலைகள் மீது அபார பக்தியுள்ளவனைப்போல் நடிப்பான் பூசாரி! பூசாரிக்கு அந்தச் சிலைகளின் மீது கடவுட்பற்று இல்லாவிட்டாலும் கலைப்பற்று கூடக் கிடையாது! சிலை மீது பூசாரிக்கு அதிக

மரியாதை யென்று மக்கள் எண்ணிக் கொள்வார்கள். அதனால் பூசாரிக்கும் மதிப்பு தருவார்கள்! சுட்ட செங்கல்லை ஈரத் துணியால் மூடிச் சுடச் சுட பொங்கல் நைவேத்தியம்' செய்வதுபோல் பாசாங்கு செய்வான் அந்தப் படுபாவி! "ஆகா, என்னே பூசாரியின் பக்தி!" என்று வாய் பிளந்து நிற்பார்கள் பக்தர்கள். இந்த வழியில் பூசாரி, பக்தர்களை ஏமாற்றிக் கொண்டிருப்பான். பக்தர்கள் ஏமாறுகிற வரையில் பூசாரிக்குக் கொண்டாட்டந்தானே! கடவுளுக்கு செங்கல் படையல்தான் மிச்சம்! ஊரிலே உத்தமன் என்று பூசாரிக்குப் பட்டம்! இப்படித்தானப்பா பூலோகத்திலே சில கட்சிகள் இருக்கின்றன. கட்சித் தலைவர்கள் கடவுளை போல செங்கல்லை மட்டுமே காணுகிறார்கள் பூசாரிகள் பூரிப்போடு வாழ்கிறார்கள்.

அந்த ரகத்தில் முதல்தரமான கட்சி காங்கிரஸ் ! முதல் தரமான பூசாரி நீ! முதல் தரமான கட்சி ஏமாளி; கடவுள், நான் !

காந்தி கண் கலங்கினார்! தேசீயம் பிள்ளை பதில் சொல்ல முடியாமல் திணறினார். எமன் எருமை மாட் டைத் தட்டிக் கொடுத்தான்.

காந்தி தழுதழுத்த குரலில் பேசலானார்.

என்னை இங்கே அனுப்பி வைப்பதற்கு நீங்கள் எல்லாம் பட்டபாடு கொஞ்சமா? உங்களோடு இருந்தால் நீங்கள் செய்கிற அக்கிரமங்களைக் தட்டிக்கேட்கிறேன்- தடுத்து நிறுத்தப் பார்க்கிறேன் என்ற வெறுப்பில் என்னைப் பாதுகாப்பதற்குக் கூட அக்கறை எடுத்துக்கொள்ள நாதியில்லை. வெள்ளைக்காரன் வைத்துவிட்டுப் போன பலமான ராணுவம் இருந்தது. அதுவும் போதா தென்று படை பலத்தைக் கோடி கோடியாகச் செலவிட்டுப் பெருக்கினீர்கள். எத்தனை இருந் தென்ன; பொட்டென்று முடித்துவிட்டான் காரியத்தை! இங்கே "சொர்க்கத்திலே' சொல் லொணா வேதனையில் உழன்றுக் கொண்டிருக் கிறேன்.

என்னைத் துரத்தினீர்களே; பாவிகளே! என்னுடைய ஆசைக்கும் அன்புக்குமுரிய உடைமைகளைக் கூடக் கொள்ளைக்காரர்களிடம் ஒப்படைத்து விட்டார்களாமே !

நான் வாழ்ந்த குடிசையை எழில் மிகுந்த இருட்டு மண்டபமாக மாற்றிக்கட்டி அந்த மண்டபத்திற் குள்ளே வெளவால்களை த் தோரணமாகத் தொங்க விட்டிருக்கிறீர்களாம்! பணக்காரப் பச்சோந்திகளைத் தாழ்வாரமெங்கும் விளையாட விட் டிருக்கிறார்களாம்! 'வான்கோழி'களை மண்டபத்து முற்றத்திலே ஆடவிட்டு, கொள்கையற்ற கோட் டான்களின் இசை முழங்கச் செய்திருக்கிறீர்களாம்! கொம்பு மாடுகளைக் கொழுப்பேறு மட்டும் வளர்த்து ஒன்றோடொன்று முட்டிக்கொண்டு மண்டபத்தைப் போர்க்களமாக ஆக்கியிருக்கிறீர்களாம்!

அட பாவிகளே; நான் நவகாளிப் பயணத்தின் போது ஊன்றிக்கொண்டு நடந்த அருமைமிகு கை கைத்தடி, "மோஸஸ்" கதையிலே வருவதைப் போல் பாம்பாக மாறி பாட்டாளி மக்களைக் கடித்துக் கொல்லுகிறதாம்! அப்படியொரு மந்திரத்தைப் போட்டு விட்டீர்களாம்!

என் இடுப்பிலேயிருந்து எடுப்பாகத் தொங்கிக் கொண்டிருக்கும் சின்னஞ்சிறு கெடிகாரம், உங்களால் பத்திரப்படுத்தப்பட்டிருக்கும் என்று எதிர்பார்த்தேன். அந்தக் கடிகாரத்தைக் கள்ள மார்க்கெட் காரர்களுக்கு உரிமையாக்கி நேரம் பார்த்துக் கொள்ளையடிக்கச் சொல்லிவிட்டீர்களாம்!

என் காலணி பட்டுச் சின்னஞ்சிறு ஜீவன்கள் கூட செத்துவிடக் கூடாதே யென்று நான் ஏங்குவேன்.

இப்போது அந்தக் காலணியை நீங்கள் ஒவ்வொருவரும் ஆளுக்கு ஆள் மாட்டிக் கொண்டு ஆயிரக் கணக்கான மக்களை அடக்கி மிதித்து, துவைத்து சேறாக்குகிறீர்களாம்!

இத்தனை சொத்துக்களையும் கெடுத்தீர்கள். என் வீட்டையும் பாழாக்கினீர்கள். தொலையட்டும், எல்லாமே போகட்டும். என் மூச்சுப் போன்றதும், என் இருதயம் போன்றதுமான என் அன்புக் குழந்தையாம் "ஹரிஜன நலம்" என்ற செல்வத்தையாவது ஒழுங்காகப் பாதுகாத்திருக்கிறீர்களா? என் இன்பக் குழந்தை, "சவலைப் பிள்ளை" போலல்லவா காட்சி தருகிறது. சளி யொழுகும் மூக்கு, படுக்கை உதிரும் வாய், தள்ளிய எழுபது வயிறு, சூம்பிப் போன கால், கைகள், வயது கிழங்கள் விடுவது போன்ற இழுப்பு மூச்சு, இவ்வண்ணம் தள்ளாடித் தள்ளாடித் தடுமாறும் நிலையில் அல்லவா நான் பெற்ற மாணிக்கத்தை நடுத்தெருவில், சாக்கடையோரத்தில், புழுதி மேட்டில் நிர்க்கதியாக விட்டுவிட்டீர்கள்! அந்தச் செல்வம் ஒன்றையாவது காப்பாற்றியிருக்கக் கூடாதா? அதைக் காப்பாற்றுவதாக வெளி 'வேசம் போட்டு மாகாணத்துக்கு ஓர் "ஆயாக் கிழவி'யை நியமித்திருக்கிறீர்களாம். அந்தக் கிழவிகள் எல்லாம் கண்ணனைக் கொல்ல வந்த 'பூதகி' போலக் காட்சி தருகிறார்களாம். குழந்தை ஆதரிக்க ஆளின்றித் தவிக்கிறதாம்!

இந்த லட்சணத்தில் உன் அழுக்கேறிய கைகளால் எனக்கு மாலைவேறா போட வந்துவிட்டாய்? போ! போ! என் முன் நில்லாதே!

காந்தியின் கோபம் எல்லைமீறிவிட்டது.

அப்போது ஒரு ஆள் வேகமாக ஓடிவந்து எமனின் காதில் ஏதோ ரகசியமாகச் சொன்னான்.

எமன் "ஆ!" என்று அலறிவிட்டான்.

"என்ன? என்ன?" என்று கேட்டார் காந்தி!

இதோ இந்த தேசீயம் பிள்ளை, ஸ்ரீரங்கத்தில் ஸ்வாமி ரங்கநாதரைத் தீயில் போட்டுவிட்டு இங்கு ஓடிவந்து விட்டானாம்!- எமன் கூச்சல் போட்டான்.

"ஆ! ரங்கநாதரைத் தீயில் போட்டானா? விபரமாகச் சொல்லுங்கள்! விபரமாகச் சொல்லுங்கள்!"- காந்தி பதை பதைக்கக் கேட்டார்.

ஆமாம்! இவன் செய்த அக்கிரமங்கள் பொறுக்க மாட்டாமல் ரங்கநாதர் தனக்குத் தானே பற்றி யெறிந்துவிட்டாராம்! அந்தத் தீ விபத்துக்குக் காரணம் இந்தத் தேசீயம் பிள்ளை தான் என்று கண்டுபிடிக்கப்பட்டுவிட்டதாம். அங்கேயிருந்தால் ஆபத்து என்று இங்கே ஓடிவந்திருக்கிறான்!- என்றவாறு எமன் தேசீயம் பிள்ளையை நோக்கித் தன் கதாயுதத்தை ஓங்கினான்.

தேசீயம் பிள்ளை, காந்தியின் கால்களைப் பிடித்துக் கொண்டு "அய்யோ! அபயம்! அபயம்! என்னைக் காப் பாற்றுங்கள்!" என்று கண்ணீர் வடித்தார்.

எழுந்திரு! எழுந்திரு! என் கால்களைத் தொடாதே! உன் கையிலுள்ள ரத்தக்கறை என் கால்களில் ஒட்டிக் கொள்ளப் போகிறது! என்றவாறு கைகளை உதறி விட்டு காந்தி எழுந்தார்.

ஆண்டவனின் கோபத்துக்கு ஆளாகி, அவருக்கே உடம்பு எரிச்சலை உண்டாக்கிவிட்டு தீ விபத்துக் குக் காரணமாகிவிட்ட பரம பாதகனாகிய உனக்கு நரகத்திலும் இடமில்லை! எங்கும் இடமில்லை! உன்னை எப்படி மன்னிக்கமுடியும்! எமதர்ம ராஜனே!' தயவு செய்து இவனை அழைத்துப் போங்கள்! கொள்ளிவாய்ப் பிசாசு போன்ற இவன் முகத்தைப் பார்க்கவே எனக்குப் பிடிக்க வில்லை. என் இஷ்ட தெய்வமான ரங்க நாதரையே தீயில் வேகவைத்த அநியாய ஆட்சிக்காரனைப் பார்ப்பது மகாப்பாபம்! உடனே இழுத்துச் செல்லுங்கள்!'

காந்தி எமனிடம் இந்த வேண்டுகோளை வெளி யிட்டவாறு நந்தனை அழைத்துக்கொண்டு வேகமாக உள்ளே

போய்விட்டார். தேசீயம் பிள்ளை எமனையே பார்த்துக் கொண்டு நின்றார்.

எமன் "ம் நட! நட'!" என்றான்.

எருமைமாடு, தேசீயம் பிள்ளையின் முதுகில் ஒரு முட்டு முட்டித் தள்ளியது.

எப்பாடி! என்றவாறு தேசீயம் பிள்ளை படிக்கட்டுகளில் உருண்டார்.

உருளுகிறார்! உருளுகிறார்! பல படிக்கட்டுகளில் உருளுகிறார் - உருண்டு கொண்டேயிருக்கிறார்!- எமன், அவர் உருளுவதைப் பார்த்துக் கலகலவென சிரிக் கிறான் !

அவர் உருண்ட முதல் படி கோவைப் படி-அந்தப் படியிலேயே சரியான அடி!

சமாளித்து எழப்பார்த்தார்- அடுத்த படி ஆம்பூர் படி. அதில் மிகவும் பலத்த அடி!

குடந்தை படியிலும் மோசமான இடி!

ஒரு கயிற்றைப் பிடித்து நிமிர்ந்தார்! எழ முடியவில்லை. மீண்டும் உருளுகிறார்-உருண்டுக்கொண்டேயிருக்கிறார்!

உருண்டு கொண்டிருக்கும் தேசீயம் பிள்ளையின் மூக்கு சப்பையாகப் போகும் அளவுக்குப் பலமான இடி கொடுக்கிறது, மதுரைப்படி!

அம்மாவோ! வலி தாங்க முடியவில்லையே! என்று கதறுகிறார். வாயை மூடுவதற்குள் உடுமலைப் படியில் உருளுகிறார். திறந்திருந்த வாயில் உதட்டுக்கு முன் நீட்டிக் கொண்டிருந்த இரண்டொரு பற்கள் கீழே விழுகின்றன.

பணப்படியொன்றில் கையை ஊன்றி ஆகா தப்பினேன். கோபிப்படி - என்று பெருமூச்சு விடுகிறார். அடுத்தது

பாசிப்படி! பெரிய வழுக்கல்! வீழ்ந்தார் - வீழ்ந்தார் - விருதுநகர் படியில்!

தலையிலிருந்து ரத்தம் குபுகுபுவெனக் கிளம்பிற்று ..கால் முறிந்தது! உடம்பெல்லாம் ஊமைக் காயங்கள்!

திருச்சிப் படியில் உருண்டவாறு-வந்த இடத்தைத் திரும்பிப் பார்த்தார். நெஞ்சில் முட்டியது தஞ்சைப் படி

பிரக்ஞை தவறிவிட்டது. கைகால்கள் செயலிழந்துவிட்டன. இருதயம் நின்றுவிடும் போல் தோன்றியது.

மிகக் கஷ்டப்பட்டுக் கண்களைத் திறக்க முயற்சி செய்தார். விழித்துப் பார்த்தார். பலகணி வழியாக 'உதய சூரியன்' ஒளிக் கரங்களை நீட்டினான். "கண்ட தெல்லாம் கனவு" என முணுமுணுத்துக் கொண்டார். "கனவு பலித்துவிடுமோ?" என்று சந்தேகம் வேறு, சுற்றும் முற்றும் பார்த்தார். அவரது மனைவி காலைக் காப்பியுடன் எதிரே வந்து நின்றாள்.

என்ன ஒரு மாதிரியிருக்கிறீர்கள். முகமெல்லாம் மாறியிருக்கிறது! ஏதோ பீதி அடைந்தது போல் தெரிகிறதே? என்று கேட்ட தன் மனைவியின் கையைப் பிடித்துக் கட்டிலில் உட்கார வைத்தவாறு, காப்பியை வாங்கிச் சுடச்சுட அருந்தினார்.

சூடான காப்பி அளித்த சுறுசுறுப்புக்குப்பின் ஆண்டவனே! நான் கண்டதெல்லாம் கனவாகவே முடிய வேண்டும்! எதுவும் நடந்துவிடக் கூடாது என்னப்பனே! என்று அங்கு மாட்டப்பட்டிருந்த பிள்ளையார் படத்தைப் பார்த்துக் கரங்கூப்பித் தொழுதார். வேலைக்காரச் சிறுமி அன்றைய தினசரிப் பத்திரிகைகளுடன் ஓடிவந்தாள். தேசீயம் பிள்ளை அவசர அவசரமாக அப்பத்திரிகைகளைப் பிரித்துப் பார்த்தார்.

அய்யோ! - அறியாமலே அலறிவிட்டார்.

என்ன ? என்ன? யாராவது செத்துவிட்டார்களா? -அவரது மனைவி ஆவலோடு கேட்டாள்.

இல்லை! கோவை, மதுரை, விருதை, எல்லா இடங்களிலும் காங்கிரஸ் படுதோல்வி! படுதோல்வி ! வெட்கக்கேடு! வெட்கக்கேடு!! என்று நாத்தழு தழுக்கப் புலம்பினார் தேசீயம் பிள்ளை.

நல்லாத் தோற்றுப் போகணும்! செம்மையா அடி வாங்கணும் உங்களது காங்கிரஸ்! என்று மகிழ்ச்சி பொங்கக் கூறினாள் மனைவி.

ஏண்டி உனக்குப் பொறாமை? ஏன் தோற்க வேண்டும் காங்கிரஸ்? சொல்லடி, சொல்லு?

உங்க காங்கிரஸ் ஆட்சியிலே படி அரிசி என்னவிலை? காய்கறிக்குக் கூட கிராக்கி வந்த காலம் எப்போதாவது உண்டா! அரையணா செலவிலே ஏழை பாழைகளுக்கு உற்சாகம் தருகிற வெற்றிலைப் பாக்குக்குக்கூடப் பஞ்சம் வந்துவிட்டதே பாவிகள் ஆட்சியில்! நோயாளிகளுக்குப் பழம் கிடைக்க வில்லை! கிடைத்தாலும் ஒன்றுக்கு மூன்று விலை! எல்லாவற்றுக்கும் வரியைப் போட்டுத் தீட்டி விட்டீர்கள்!

யாருக்கடி வரி போட்டிருக்கிறோம். வியாபாரிகளுக்கு வரிப்போட்டால் உனக்கேனடி கஷ்டம்- கவலை எல்லாம்?

வியாபாரிதளுக்கு வரிபோட்டால் மொத்த வியாபாரி சில்லறை வியாபாரி தலையிலும். சில்லறை வியா பாரி வாங்குகிறவர்கள் தலையிலுந்தானே அந்த வரியைக் கட்டி விடுகிறார்கள். இதுகூடத் தெரியா மல் ஆளவந்து விட்டீர்களே; ஆள !

வரிப்போடாமல் ஆள முடியமா! எந்த நாட்டிலாவது எந்த சர்க்காராவது வரிப்போடாமல் ஆளுகிறதா!

வரிப்போட வேண்டாமென்று சொல்லவில்லை. கவர்னருக்கு வருஷந்தோரும் கொட்டிக் கொடுக்கிற ஒன்பது லட்சத்தையும், ஊட்டியில் செய்கிற ஊதாரிச் செலவையும் குறைத்துக் கொண்டால் எவ்வளவோ குறைக்கலாமே!

அடியே, அடியே! இதெல்லாம் எப்போதடி பேசக் கற்றுக் கொண்டாய்...? ம் யார் கற்றுக் கொடுத் தது!

யாரும் கற்றுக் கொடுக்கல்லே!

எனக்கே புரியது!

போதும்; போதாதற்கு...பட்டணத்திலே எலக்ஷன் நடக்கிறதும் போதும்; அரசியலே இப்ப நம்பவீட்டு வாசலுக்கே வந்துவிட்டதே! மந்திரிகளை நம்ப பார்க்க முடியுமான்னு இருந்தேன். மந்திரிகளே நம்ப வீடுதேடி வந்தாங்களே ! நம்ப வீட்டுக் கல்யாணங் காட்சிக்கு கூப்பிட்டால் இந்த மந்திரிகள் வருவாங்களா! தேர்தல்னா எல்லாரும் வரிசை வரிசையா வர்ராங் களேன்னு பக்கத்துத் தெருவிலே குடிசையிலே யிருக்கிற பெண்கள் எல்லாம் பேசிக் கொள்கிறார்கள்.

பேசுவாங்க - பேசுவாங்க! அவுங்க பேசினாலும் பேசாவிட்டாலும் நீபேசுவே! கொஞ்ச நாளாக நீ ஒரு மாதிரிதான் இருக்கிறே!

இருந்தாலும் போங்க - உங்க புத்திவரவர மோசமாகப் போய் விட்டது.

"தமிழ் வாழ்க!"

அதை போய்க் கிழித்து எறிகிறீர்களாமே!

ஆமாம்! ஆபாசத் தடை சட்டத்தை மீறி கண்ட படி சுவர்களில் ஒட்டலாமா?

தமிழ் வாழ்க - என்பது ஆபாசமா!

அது ஆபாசமில்லை! அப்படி சுவரில் எழுதுவது ஆபாசம்! ஒட்டுவது ஆபாசம் !

ஆபாசம் என்பதற்கே உங்களுக்கு அர்த்தம் புரிய வில்லை! "தமிழ்" என்ற சொல்லையே நீங்கள் ஆபாசமாகக் கருதுவதால்தான் இந்த நாட்டுக்குத் 'தமிழ்நாடு' என்று பெயர் வைக்கவே நீங்கள் தயங்குகிறீர்கள் என்கிறேன் நான்.

ஆமாம் - அப்படித்தான் நினைத்துக் கொள்ளேன் இந்தா பாரு: இப்ப என்னிடம் பேசிக் கோபத்தைக் கிளப்பாதே! லட்ச லட்சமாகப் பணம் பாழாகி முடிவு என்னமோ மூலையில் உட்கார வேண்டிய அளவுக்கு ஆகியிருக்கிறது...

உங்க வீட்டுப் பணமா செலவழிந்தது? ஊருக்கு ஊர் ஆலை முதலாளி, பஸ் முதலாளி. நிலப்பிரபு, ஜமீன் தார்-இப்படி எத்தனையோ அப்பாவிகள் கிடைக்கிறார்கள். அவர்கள் பணத்தை வாங்கித் தேர்தல் வாண வேடிக்கை நடத்துறீங்க !

இவ்வளவு பணம் செலவழிச்சு இந்தத் தடவை தோற்றவனும், அல்லது தோற்றவனைப் பார்த்தவனும், அடுத்த தேர்தலில் நிற்பதற்கே துணிய மாட்டானே யென்பதை நினைத்தால் எதிர்காலம் ஒரே இருட்டாயிருக்கிறதடி!

இருக்கட்டும்! இருக்கட்டும்!! இருட்டைப் போக்க 'உதயசூரியன்' வருவான்!

என்னது! உதய சூரியனா! ஓகோகோ! நேற்று அந்தத் தி.மு.க. கூட்டம் இந்தத் தெருவிலே நடந்ததா? அதைக் கேட்டுவிட்டுத்தான் தலை கீழாய் நிற்கிறாயா! புரியுது! புரியுது.

நான்மட்டுமா!

தெருவே தலைகீழா மாறிப்போச்சு.

எல்லா ஓட்டுமே உதயசூரியனுக்குத்தானாம்!

நீயே ஒட்டு சேகரிக்கிறாயா! அடியே... இப்படி யெல்லாம் பேசினால் என்னை மறந்துட வேண்டி யதுதான்! உன் கணவனுக்கு அவமானம் ஏற்பட வேண்டுமென்று நினைத்தால் நீ உதய சூரிய னுக்கு ஓட்டுப்போடு !

கணவனுக்கு அவமானம் வரக்கூடாது என்பது சரிதான்! அதே நேரம் என் மகனுக்கு அவமானம் வரலாமா?

என்னாது? என்னாது?

ஆமாம் - நம்ப பிள்ளையாண்டான், 'உதயசூரியனு'க் குத்தானே வேலை செய்கிறான்.

அய்யய்யோ! குடும்பமே என்னை எதிர்க்கிறதா! நேற்று நடத்திய ஒரு கூட்டத்திலே அந்தப் பயல்கள் இதுபோல பல குடும்பங்களைக் கலைத்திருப்பார்களே-சரி; சரி! இப்போதே போய் இன்று காங்கிரஸ் கூட்டத்துக்கு ஏற்பாடு செய்கிறேன்!

காங்கிரசுக்குப் பேச யார் வருகிறார்கள்!

'பேசுவதா! பேச்சு எதற்காக! அந்தத் தி. மு. க பசங் களை மனமாறத் திட்டித் தீர்த்தால் போதும்! இரண்டு பேச்சாளர்! நாலு குண்டர்கள்! இன்றைக்குப் பார்த்து விடுகிறேன் ஒரு கை!

- என்றவாறு, தேசீயம் பிள்ளை பரபரப்பாக எழுந்து வெளியே புறப்பட்டார். அவரது மனைவி, கணவனின் ஆத்திரத்தைப் பார்த்துக் கேலியாகச் சிரித்துக் கொண்டாள்.

தேசீயம்பிள்ளை வாயிற்புறம் வந்தார். டிரைவரைக் கூப்பிட்டு அவசரமாகக் காரை எடுக்கச் சொன்னார். கார் வந்து நின்றது. அவரது மகள் தெருவிலே கோலம் போட்டுக் கொண்டிருந்தாள்.

கமலா! கமலா இன்று மாலைப் பொதுக்கூட்டத்தில் நீ பாடவேண்டும்!- என்று உரக்கச் சொன்னார்!

ஓ ! பாடுகிறேன்-எந்தக் கூட்டத்திலப்பா! என்று குனிந்திருந்த கமலா நிமிர்ந்தாள். வாசலில் அவள் போட்டகோலம் தேசீயம் பிள்ளையின் கண்ணில்பட்டது. வழக்கமாகக் கமலா போடும் கோலமல்ல அது! புதிய கோலம்!

**உதயசூரியன் கோலம்.**

தேசீயம்பிள்ளை திகைத்து நின்றுவிட்டார்.

அம்மாவிடம் சொல்லிவிடு, அப்பா ஊட்டிக்குப் போகிறார் என்று!

இதைக் கூறிவிட்டு அவர் காரில் ஏறி உட்கார்ந்தார். ( கார் புறப்பட்டது.

கோலத்தைப் பார்த்துக்கொண்டே கமலா நின்றாள். அம்மா வெளியே வந்தாள் மகள், தந்தை சொன்ன சேதியைச் சொன்னாள்.

"என்ன செய்வது மகளே ! காங்கிரஸ் கட்சி மலையேறும் காலம் வந்துவிட்டது!"

என்று தேசீயம் பிள்ளையின் மனைவி, பதில் கூறிவிட்டு கார் போன திக்கு நோக்கி நீண்டநேரம் நின்றுகொண்டிருந்தாள்.

★ ★ ★

9 788199 645066

Printed at Repro India Ltd.